Printed in the USA

Icelandic Language: Texts in Icelandic

By Baldur Hilmarsson

Contents

Animals – Dýr	1
Games and Fitness – Leikir og hreysti	7
At Home – Heima	11
At School – Í skólanum	15
At the Grocery Store – Í matvörubúðinni	19
At the concert – Á tónleikunum	23
At the Restaurant – Á veitingastaðnum	27
Shopping – Að kaupa inn	31
Travelling by plane – Að ferðast með flugvél	35
Travelling by Train – Að ferðast með lest	39
Traveling by Bus and Car – Að ferðast með strætó og bíl	43
At the Hotel – Á hótelinu	47
Communication – Samskipti	51
At the Doctor's – Hjá lækninum	55
At the Movies – Í bíóinu	59
The Weather – Veðrið	63
Government – Stjórnarfar	67

Animals – Dýr

1. Dog – Hundur
2. Cat – Köttur
3. Mouse – Mús
4. Donkey – Asni
5. Hen – Hæna
6. Squirrel – Íkorni
7. Horse – Hestur
8. Sheep – Kindur
9. Hamster – Hamstur
10. Elephant – Fíll
11. Fox – Refur
12. Cow – Kýr
13. Pig – Svín
14. Eagle – Örn
15. Lion – Ljón
16. Zebra – Sebrahestur
17. Parrot – Páfagaukur
18. Bear – Björn
19. Wolf – Úlfur
20. Monkey – Api
21. Tiger – Tígrisdýr
22. Raccoon - Þvottabjörn

Animals – Dýr

Jon loved living in Reykjavik, a wonderful city with access to the beauties of nature, and even though he was only 12, he couldn't imagine living anywhere else. His parents sometimes took him and his little sister to the wildlife park, where they saw animals that existed on farms, like the chicken, horse, cow and pig, as well as sheep, which he knew were an important source of wool all around the world and which were very popular in Iceland.

Occasionally their family went on hikes, and on the lucky trips they got to see a fox or a rabbit. Jon imagined what it would be like to run into a majestic deer or even a bear, although no bears can be found in Iceland — and its rare to see a deer near Reykjavik but it's not unheard of.

Animals were very interesting to Jon, and he thought he might become a veterinarian. Once he knew what he wanted to be when he grew up, he started paying much closer attention to the animals around him, like his dog and his cat, his sister's fish and even the loud, annoying bird his mother kept in the living room.

Once, Jon heard shrieking from the living room while he was in the kitchen. Thinking it was his mom and sister, as soon as Jon heard the noise he came running. Then he saw what was the matter and laughed. His sister was watching a movie on the TV, where a frog had hopped into someone's home uninvited. Having never seen one before, he wondered what that would be like.

One day, his mom and dad said they were going to take Jon and his sister to the movies. Jon loved going to the Smarabio theater. He and his sister had to agree on which movie they would see. He ended up promising her a week of chores in exchange for a film about an adventurer who interacts with animals not found in Iceland.

Animals – Dýr

Jón dýrkaði að búa í Reykjavík, dásamlegri borg sem veitti aðgang að fallegri náttúru, og jafnvel þó hann væri aðeins 12 ára, gat hann ekki hugsað sér að búa einhvers staðar annars staðar. Foreldrar hans fóru stundum með hann og litlu systur hans í Húsdýragarðinn, þar sem þau sáu dýr sem algengust eru á bóndabæjum, eins og hænur, hesta, kýr og svín, og einnig kindur, sem hann vissi að voru mikilvæg uppspretta ullar um allan heim og sem er mjög vinsæl á Íslandi.

Af og til fór fjölskylda þeirra í langar gönguferðir, og þegar þau voru heppin í ferðunum sáu þau ref eða kanínu. Jón ímyndaði sér hvernig það væri að rekast á tignarlegt hreindýr en enga birni er hægt að sjá á Íslandi – hreindýr voru sjaldgæf nærri Reykjavík en ekki algjörlega fátíð.

Jón hafði mjög mikinn áhuga á dýrum, og hann hugsaði meira að segja að hann gæti orðið dýralæknir. Þegar hann vissi hvað hann langaði til að verða þegar hann yrði stór, fór hann að veita dýrum í kringum sig mun meiri athygli, eins og til dæmis hundinum sínum og kettinum sínum, fiski systur sinnar og jafnvel háværa, pirrandi fuglinum sem mamma hans hafði inni í stofu.

Eitt sinn heyrði Jón skræk öskur koma frá stofunni þegar hann var í eldhúsinu. Jón heldur að þetta séu móðir hans og systir, þannig að strax og hann heyrði hávaðann kom hann hlaupandi. Þá sá hann hvað var að og hló. Systir hans var að horfa á bíómynd í sjónvarpinu, þar sem froskur hafði hoppað óboðinn inn á heimili einhvers. Hann velti fyrir sér hvernig það væri að sjá frosk þar sem hann hafði aldrei séð einn slíkan fyrr.

Dag einn, sögðu mamma hans og pabbi að þau ætluðu að fara með Jón og systur hans í bíó. Jón dýrkaði að fara í Smárabíó. Hann og systir hans þurftu að vera sammála um hvaða mynd þau myndu sjá. Hann endaði á því að lofa að gera heimilisverkin hennar í viku í skiptum fyrir mynd um ævintýramann sem gat átt samskipti við dýr sem ekki er að finna á Íslandi.

Animals – Dýr

After buying soda and popcorn at the concessions stand, Jon and his family found seats. The lights dimmed and Jon was immediately carried away by the story of an adventurer who was best friends with a dolphin, communicated with a wise owl and even saved a panda from eating poisoned bamboo. Jon's eyes were as wide as dinner plates as the adventurer rode both an elephant *and* a camel. These animals were amazing! He laughed until his sides hurt as the adventurer met a penguin and had to mimic its walk in order to gain its trust, and he was somewhat confused by the turkey, which he had only seen in pictures, in its cooked form.

After the movie, his mother remarked to him, "Your sister was as quiet as a mouse," and Jon realized that he had never seen a mouse before, either. It was apparent to him that as much as he loved animals, he had a lot more to learn about them before he could become a veterinarian. And if that meant more movies, then all the better!

Animals – Dýr

Þegar búið var að kaupa gos og popp í sjoppunni, fundu Jón og fjölskylda hans sér sæti. Ljósin voru dempuð og Jón hvarf strax inn í söguna um ævintýramanninn sem var besti vinur höfrungs, átti samskipti við vitra uglu og bjargaði jafnvel pandabirni frá því að éta eitraðan bambus. Augun í Jóni voru eins stór og matardiskar þegar ævintýramaðurinn reið bæði á fíl *og* kameldýri. Þessi dýr voru æðisleg! Hann hló þar til hann verkjaði í hliðarnar þegar ævintýramaðurinn hitti mörgæs og varð að herma eftir göngulagi hennar til þess að öðlast traust hennar og hann var dálítið ringlaður yfir kalkúnanum, sem hann hafði aðeins séð á myndum, þegar búið var að elda hann.

Þegar myndin var búin hafði mamma hans orð á því við hann að „systir þín var hljóð eins og mús", og Jón uppgötvaði að hann hafði aldrei séð mús heldur. Honum var það ljóst að eins mikið og hann dýrkaði dýr, þá átti hann margt ólært um þau áður en hann gæti orðið dýralæknir. Og ef það þýddi að fara á fleiri bíómyndir, því betra!

Icelandic Language: Texts in Icelandic

Games and Fitness – Leikir og hreysti

1. Ball - Bolti
2. Soccer - Fótbolti
3. Goalkeeper - Markmaður
4. Hockey - Hokkí
5. Ice rink - Skautasvell
6. Hockey puck - Hokkípökkur
7. Hockey stick - Hokkíkylfa
8. American Football – Amerískur fótbolti
9. Basketball - Körfubolti
10. Shorts - Stuttbuxur
11. T-shirt - Stuttermabolur
12. Baseball - Hafnarbolti
13. Bat - Kylfa
14. Glove - Hanski
15. Mat - Motta
16. Tennis - Tennis
17. Racquet - Tennisspaði
18. Swimming - Synda
19. Swimming pool - Sundlaug
20. Boxing - Boxa
21. Coach - Þjálfari
22. Athlete - Íþróttamaður
23. Score - Staða
24. Stadium - Íþróttaleikvangur

Games and Fitness – Leikir og hreysti

Anna was doing a project for school that involved a presentation about the most popular sports in Iceland and around the world. She knew that getting more information about sports in her own country would be quite easy, and she was excited to learn more about different activities, and perhaps a famous athlete or two, in other countries.

Anna decided to start with hockey, an easy sport to add to her presentation, because she and her brothers all played. She listed the gear they used: a hockey punk, a hockey stick, pads and a helmet. She also mentioned that they played at the ice rink in the city, but used the frozen pond behind her house as well. She knew that soccer was growing in popularity in Iceland, and described the type of ball used, the number of players on the field, a brief overview of the rules and the different positions, like goalkeeper or defender.

Around the world, Anna knew she had to mention American football, where thousands packed into a stadium to see which team would end up with the highest score. She wanted to talk about basketball, with its funny uniform shorts from the 1970s, and baseball, which she represented by drawing a picture of a kid in a t shirt, striking a ball with a bat, while another stood far away with a glove.

Anna wrote some notes on wrestling and boxing, both of which reminded her of Glima, and are practiced on a mat. She wanted her class to hear about tennis, where a ball is hit by a racquet, and swimming and diving, both of which require an Olympic-size swimming pool. Finally, she noted that in some cases, the coach could be just as famous as the most popular athletes!

Games and Fitness – Leikir og hreysti

Anna var að vinna verkefni fyrir skóla sem fól í sér kynningu á vinsælustu íþróttunum á Íslandi og í öllum heiminum. Hún vissi að það yrði mjög auðvelt að finna upplýsingar um íþróttir í sínu heimalandi, og hún var spennt að læra meira um mismunandi tómstundir, og kannski um frægan íþróttamann eða tvo, í öðrum löndum.

Anna ákvað að byrja á hokkíi, það lá beint við að bæta þeirri íþrótt við kynninguna því að hún og bræður hennar spiluðu öll hokkí. Hún gerði lista yfir útbúnaðinn sem notaður var: hokkípökkur, hokkíkylfa, púðar og hjálmur. Hún tók einnig fram að þau spiluðu á skautasvellinu í borginni en notuðu líka frosnu tjörnina á bakvið húsið hennar. Hún vissi að fótbolti var að vaxa í vinsældum á Íslandi, og lýsti tegund boltans sem var notaður, fjölda leikmanna á vellinum, stutt yfirlit yfir reglurnar og mismunandi stöður eins og markmaður eða varnarmaður.

Hvað íþróttir um allan heim varðar, vissi Anna að hún yrði að minnast á Amerískan fótbolta, þar sem þúsundir fólks þjöppuðu sér saman á íþróttaleikvang til þess að sjá hvaða lið myndi enda sem sigurvegari. Hana langaði að tala um körfubolta, með skrýtnu einkennisbúnings stuttbuxurnar frá 8. áratugnum, og hafnarbolta, sem hún sýndi með því að teikna mynd af krakka í stuttermabol, að slá bolta með kylfu, á meðan annar krakki stóð langt í burtu með hanska.

Anna skrifaði nokkrar athugasemdir um fjölbragðaglímu og box, sem hvorutveggja minntu hana á íslenska glímu og eru æfðar á mottu. Hana langaði að bekkurinn hennar heyrði af tennis, þar sem boltinn er sleginn með tennisspaða, og sund og dýfingar, hvorutveggja krefst sundlaugar í Ólympíustærð. Að lokum kom hún með athugasemd um það að í sumum tilfellum er þjálfarinn alveg jafnfrægur og vinsælustu íþróttamennirnir!

Icelandic Language: Texts in Icelandic

At Home – Heima

1. Painting – Málverk
2. Table – Borð
3. Chair – Stóll
4. Bedroom – Svefnherbergi
5. Kitchen – Eldhús
6. Fridge – Ísskápur
7. Stove – Eldavél
8. Bathroom – Baðherbergi
9. Shower – Sturta
10. Living room – Stofa
11. Study – Skrifstofuherbergi
12. Bed – Rúm
13. Couch – Sófi
14. Armchair – Hægindastóll
15. TV set – Sjónvarp
16. Lamp – Lampi
17. Carpet – Teppi
18. Curtains – Gluggatjöld
19. Floor – Gólf
20. Clock – Klukka
21. Fireplace – Arinn
22. Closet – Fataskápur
23. Mirror – Spegill

At Home – Heima

Harpa, her husband, their two sons and Karl the cat were moving to Reykjavik so that she could take a new job. As they packed and prepared to get all of their things into the new home, Harpa realized how many items they had to put in boxes or wrap up for travel. She decided to go room by room and make a list so she didn't forget anything.

Starting in the living room, where the couch, armchair and TV set would have to go into the moving truck, Harpa also realized her antique lamp, which had been her grandmother's, would be carefully wrapped up and put into a box with the word "fragile" written on it. She would also have the carpet and fireplace cleaned before the new family moved in, and decided to have the curtains professionally dry-cleaned as well before packing them. She had a beautiful grandfather clock that stood on the floor and was nearly six feet high; that would require special handling.

Harpa moved onto her kitchen. She loved her stove and fridge and was sad to leave them behind, but there were appliances in the Reykjavik house. The new kitchen was also big enough to fit an extra chair or two at her kitchen table, so that would be nice if company came. She decided to put her favorite painting in the new kitchen as well.

The upstairs rooms were next. They would have a spare bedroom at the Reykjavik house that could be turned into a study, and the extra closet space would be helpful. She decided to have their bed packed into the moving truck last so that it could be taken off first, along with their big full-length mirror and bathroom and shower necessities. Harpa knew a hot shower would feel great!

At Home – Heima

Harpa, eiginmaður hennar, synir þeirra tveir og kötturinn Karl voru að flytja til Reykjavíkur svo hún gæti farið í nýja vinnu. Þegar þau voru að pakka niður og undirbúa það að fara með allt dótið sitt á nýja heimilið, gerði Harpa sér grein fyrir hversu marga hluti þau þurftu að setja í kassa eða vefja inn fyrir ferðalagið. Hún ákvað að fara herbergi úr herbergi og búa til lista þannig að hún gleymdi engu.

Hún byrjaði í stofunni, þar sem sófinn, hægindastóllinn og sjónvarpið þurftu að fara í flutningabílinn, og hún gerði sér einnig ljóst að antík lampinn hennar, sem hafði verið í eigu ömmu hennar, þyrfti að vefja vandlega inn og setja í kassa merktum „brothætt". Hún ætlaði einnig að láta hreinsa teppið og arininn áður en nýja fjölskyldan flytti inn og ákvað að láta gluggatjöldin í hreinsun líka áður en þeim yrði pakkað niður. Hún átti fallega standklukku sem stóð á gólfinu og var tæpir 180 sentimetrar að hæð; klukkan útheimti sérstaka meðhöndlun.

Harpa hélt áfram inn í eldhúsið sitt. Hún dýrkaði eldavélina sína og ísskápinn og fannst erfitt að þurfa að skilja þetta eftir en það voru heimilistæki í húsinu í Reykjavík. Nýja eldhúsið var líka nógu stórt til að koma fyrir aukastól eða tveimur við eldhúsborðið, þannig að það yrði huggulegt ef þau fengju gesti. Hún ákvað að setja eftirlætis málverkið sitt í nýja eldhúsið líka.

Herbergin uppi voru næst. Þau höfðu auka svefnherbergi í húsinu í Reykjavík sem væri hægt að gera að skrifstofuherbergi, og auka skápaplássið myndi koma sér vel. Hún ákvað að rúmið þeirra færi síðast í flutningabílinn þannig að þau gætu tekið það út fyrst ásamt spegli í fullri líkamsstærð og klósett – og sturtu nauðsynjum. Harpa vissi að henni myndi líða frábærlega í heitri sturtu!

At School – Í skólanum

1. Teacher – Kennari
2. Pupil – Nemandi
3. Headmaster/headmistress – Skólastjóri/skólastýra
4. Canteen – Mötuneyti
5. Textbook – Skólabók
6. Grade book – Einkunnaspjald
7. Exercise book – Verkefnabók
8. Pen – Penni
9. Pencil – Blýantur
10. Eraser – Strokleður
11. Classroom – Skólastofa
12. Locker – Skápur
13. Desk – Skrifborð
14. Register – Skrifstofa
15. Blackboard – Tafla
16. Lesson – Kennslustund
17. Break time – Frímínútur
18. Test – Próf
19. Mark – Einkunn
20. Ruler – Reglustika
21. Satchel – Skólataska
22. Homework – Heimanám
23. School uniform – Skólabúningur
24. Timetable – Tímatafla

At School – Í skólanum

Starting school in a new place might be scary for some, but Magnus was only excited. For his first day as a new student in a grunnskóli, or compulsory school, his parents had made sure to register him as a pupil with the headmaster and headmistress who ran the school together and supplied him with a satchel, ruler, pen, pencil and eraser. He hoped he would not need anything else just yet.

On the big day, he received his classroom and teacher assignment, as well as a textbook and exercise book. Magnus was delighted — he had already covered the day's lesson at his old school, and while the teacher wrote on the blackboard he sat at his desk and looked around at the other students, who were all wearing jeans and t-shirts, as if that was the school uniform.

When his teacher called on him Magnus realized he had better pay at least some attention or receive a poor mark for the day. He gave the correct answer and saw her make a little note in her grade book.

Magnus's timetable indicated a break time after this class, so he found his locker, put the textbook inside and went to see what the canteen was like. It smelled like lunch was going to be good! His mouth was watering but he still had a few more classes before it was time to eat.

By the end of the day, Magnus was glad he had approached this new school with a positive attitude. He had homework, of course, and there would be a test at the end of the week, but he liked his teachers, classmates and especially the school's math and science courses, which would be challenging but rewarding.

At School – Í skólanum

Það getur verið ógnvekjandi fyrir einhverja að byrja í nýjum skóla, en Magnús var bara spenntur. Fyrir fyrsta daginn hans sem nýr nemandi í grunnskóla, höfðu foreldrar hans skráð hann sem nemanda hjá skólastjóranum og skólastýrunni sem stjórnuðu skólanum saman og þau létu hann hafa skólatösku, reglustiku, penna, blýant og strokleður. Hann vonaði að hann þyrfti ekki fleira í bili.

Á stóra deginum var honum úthlutuð kennslustofa og verkefni frá kennaranum og skólabók og verkefnabók að auki. Magnús var hæstánægður – hann hafði nú þegar unnið verkefni dagsins í gamla skólanum sínum, og meðan kennarinn skrifaði á töfluna sat hann við borðið sitt og horfði í kringum sig á hina nemendurna, sem öll voru í gallabuxum og stuttermabolum, eins og það væri skólabúningurinn.

Þegar kennarinn kallaði hann upp áttaði Magnús sig á því að hann hefði átt að hlusta betur eða fá annars slæma einkunn fyrir daginn. Hann svaraði rétt og sá þegar hún skrifaði stutta athugasemd í einkunnabókina sína.

Stundaskrá Magnúsar gaf til kynna frímínútur eftir þennan tíma þannig að hann fann skápinn sinn, setti skólabókina inn í hann og fór svo að skoða hvernig mötuneytið væri. Lyktin gaf til kynna að hádegismaturinn yrði góður! Hann fékk vatn í munninn en hann átti enn eftir nokkrar kennslustundir áður en matartíminn kæmi.

Magnús var ánægður með að hafa farið í nýja skólann með jákvæðu hugarfari í lok dagsins. Hann fékk heimanám, auðvitað, og það átti að vera próf í lok vikunnar, en honum líkaði vel við kennarana sína, bekkjarfélagana og sérstaklega líkaði honum við stærðfræði - og vísinda kennslustundirnar í skólanum, sem áttu eftir að verða krefjandi en gefandi.

At the Grocery Store – Í matvörubúðinni

1. Clerk – Afgreiðslumaður
2. Checkout – Kassi
3. Shopping bag – Innkaupapoki
4. Trolley – Innkaupakerra
5. Grocery – Matvörur
6. Meat – Kjöt
7. Poultry – Kjúklingur
8. Bread – Brauð
9. Milk – Mjólk
10. Butter – Smjör
11. Cheese – Ostur
12. Fruits – Ávextir
13. Vegetables – Grænmeti
14. Beef – Nautakjöt
15. Eggs – Egg
16. Pasta – Pasta
17. Chocolate – Súkkulaði
18. Deli – Kjötdeild
19. Produce – Landbúnaðarframleiðsla
20. Frozen foods – Frosinn matur
21. Dairy – Mjólkurvörur
22. Toothpaste – Tannkrem
23. Shampoo – Sjampó
24. Laundry detergent – Þvottaduft
25. Wine – Vín
26. Beer – Bjór
27. Ice cream – Ís

Icelandic Language: Texts in Icelandic

At the Grocery Store – Í matvörubúðinni

Lara and her boyfriend Alexander decided to host a New Year's Eve party at their home for some friends, so that everyone could eat, drink and be merry before they all walked down to the town bonfire and fireworks display.

They spent three days before the party taking down Christmas decorations and putting up New Year's ones; two nights before the big day they went grocery shopping to get the food and supplies they would need to host their friends.

Lara planned a varied menu with many different dishes, so she knew she would have to visit all of the departments in the store. She and Alexander began in the produce section, where they stocked up on vegetables and fruits for the side dishes and pies. They put many loaves of bread into their trolley and purchased meat from the deli area to make sandwiches. They also decided to buy some beef for slow-roasting.

Next up was the poultry department, where they bought chicken drumsticks to make in the slow-cooker. They moved on into dairy, where milk, butter, eggs and cheese were all needed. Lara and Alexander had to ask a clerk where they would find a special kind of pasta for their friend with a wheat allergy, and then they moved onto frozen foods, where Lara insisted they get three different kinds of ice cream.

Because some friends were coming from out of town and staying at their home, the couple also stocked up on toothpaste, shampoo and laundry detergent. And no party was complete without beer and wine!

In the checkout line Lara grabbed some chocolate bars for a sweet treat while shopping bag after shopping bag filled with food. They were more than ready to start cooking and spend time with friends.

At the Grocery Store – Í matvörubúðinni

Lára og kærastinn hennar Alexander ætluðu að halda gamlárspartí heima hjá sér fyrir nokkra vini sína, þannig að allir gætu etið, drukkið og verið glaðir áður en þau gengju öll niður í bæ á brennuna og flugeldasýninguna.

Þau voru í þrjá daga að taka niður jólaskreytingarnar og setja upp gamlársskreytingar í staðinn; tveimur kvöldum fyrir stóra daginn fóru þau í matvörubúðina til að ná í mat og vistir sem þau vantaði fyrir heimboðið.

Lára bjó til fjölbreyttan matseðil með mörgum mismunandi réttum þannig að hún þurfti að fara í alla hluta verslunarinnar. Þau Alexander byrjuðu í landbúnaðar deildinni þar sem þau tóku sér grænmeti og ávexti fyrir aukaréttina og bökurnar. Þau settu marga brauðhleifa í innkaupakörfuna sína og keyptu kjöt í kjötdeildinni til þess að búa til samlokur. Þau ákváðu líka að kaupa nautakjöt til hægeldunar.

Næst fóru þau í kjúklinga deildina þar sem þau keyptu kjúklingaleggi til þess að hægelda. Þau færðu sig svo í mjólkurkælinn þar sem þau vantaði mjólk, smjör og egg. Lára og Alexander þurftu að spyrja afgreiðslumann hvar þau fyndu sérstaka tegund af pasta fyrir vin þeirra sem var með ofnæmi fyrir hveiti og svo héldu þau áfram í frosna matinn, þar sem Lára heimtaði að þau keyptu þrjár (3) tegundir af ís.

Sumir vinir þeirra áttu ekki heima í bænum og ætluðu gista og því ákvað parið að kaupa einnig tannkrem, sjampó og þvottaduft. Ekkert partí var heldur fullkomið án þess að hafa bjór og vín!

Í röðinni við kassann greip Lára með nokkur súkkulaðistykki sem sæta góðgjörð meðan innkaupapoki eftir innkaupapoka fylltist af matvöru. Þau voru meira en tilbúin að byrja að elda og eyða tíma með vinum!

At the concert – Á tónleikunum

1. Stage – Svið
2. Musician – Tónlistarmaður
3. Conductor – Hljómsveitarstjóri
4. Baton – Tónsproti
5. Orchestra – Hljómsveit
6. Ticket – Aðgangsmiði
7. Program – Dagskrá
8. Microphone – Hljóðnemi
9. Concert-goer – Tónleikagestur
10. Curtains – Tjöld
11. Interval – Hlé
12. Chorus – Kór
13. Performer – Flytjandi
14. Flute – Flauta
15. Violin – Fiðla
16. Guitar – Gítar
17. Drums – Trommur
18. Trumpet – Trompet
19. Cello – Selló
20. Clarinet – Klarinett
21. Piano – Píanó
22. Stalls – Básar
23. Circle – Hringur
24. Opera glasses – Leikhúskíkir

At the concert – Á tónleikunum

Ragnar's wife surprised him on his birthday with tickets to the Iceland Symphony Orchestra, his favorite cultural activity in all of Reykjavik; he was an amateur musician who played piano and sang. On the evening of their date they dressed in their finest, had a lovely dinner out and then headed to the concert hall. For a moment his wife thought she lost one ticket, but it had only slipped into a different section of her purse. Laughing, they made their way to their seats, up near the conductor's circle. Ragnar commented on how this was the first time in a long while that they hadn't needed opera glasses to see the orchestra.

After looking through the program for a few minutes, Ragnar looked up as the curtains opened and the symphony's director came out onto the stage to introduce the conductor, speaking into the microphone. He explained how the evening would be a special night of instruments and singing from the choir.

After an appropriate interval of applause, the conductor emerged, baton in hand. An enthusiastic concert-goer, while also a performer at heart, Ragnar was excited for the evening's entertainment to start.

The music was glorious. There were exceptional solos for the flute, violin and clarinet, while at times the music sounded like a rock concert with loud drums and even a guitar. The choir at times soared over the instruments, and at other times the trumpet or the cello parts stole the spotlight.

During the intermission Ragnar excused himself to go to the restroom. As he washed his hands, he heard voices from the stalls. They were raised in excitement that mirrored his own — he thought he was the most enthusiastic person here, but clearly he was one among many who could not get enough of the beautiful music.

At the concert – Á tónleikunum

Kona Ragnars kom honum á óvart á afmælisdaginn hans með miðum á Sinfóníuhljómsveit Íslands, sem var eftirlætis menningarlega tómstundin hans í allri Reykjavík; hann var áhugatónlistarmaður sem lék á píanó og söng. Kvöldið sem stefnumótið þeirra var, höfðu þau klætt sig í sitt fínasta púss, fengið sér dásamlegan kvöldmat á veitingastað og svo farið til tónleikasalarins. Konan hans hélt í augnablik að hún hefði týnt öðrum aðgangsmiðanum, en hann hafði aðeins runnið í annað hólf á töskunni hennar. Þau héldu áfram hlæjandi að sætunum sínum framarlega nærri hringnum þar sem stjórnandinn átti að standa. Ragnar hafði orð á því að þetta væri í fyrsta sinn í langan tíma sem þau þyrftu ekki leikhúskíki til að sjá hljómsveitina.

Þegar þau höfðu blaðað í dagskránni í nokkrar mínútur, leit Ragnar upp þegar tjöldin voru dregin frá og framkvæmdastjóri Sinfóníuhljómsveitarinnar steig á svið til að kynna stjórnandann, og talaði í hljóðnemann. Hann útskýrði að kvöldið yrði sérstakt kvöld hljóðfæra og söngs frá kórnum.

Eftir viðeigandi hlé meðan fólk klappaði, birtist hljómsveitarstjórinn með tónsprotann í hönd. Ragnar beið spenntur eftir að skemmtun kvöldsins hæfist bæði vegna þess að hann var áhugasamur tónleikagestur og einnig flytjandi í eðli sínu.

Tónlistin var dásamleg. Það voru einstakir einleikir fyrir flautuna, fiðluna og klarínettið, meðan stundum hljómaði tónlistin eins og rokktónleikar með háværum trommum og jafnvel gítar. Kórinn sveif stundum yfir hljóðfærin og stundum stálu trompetið eða sellóið senunni.

Í hléinu afsakaði Ragnar sig og fór á salernið. Meðan hann þvoði sér um hendurnar heyrði hann raddir frá básunum. Þær voru háar af spenningi sem var eins og spenningurinn í honum sjálfum – hann hélt að hann væri spenntasta manneskjan hérna, en greinilega var hann einn af mörgum sem gat ekki fengið nóg af fallegu tónlistinni.

At the Restaurant – Á veitingastaðnum

1. Table – Borð
2. Waiter – Þjónn
3. Glass – Glas
4. Table – Borð
5. Meal – Máltíð
6. Knife – Hnífur
7. Fork – Gaffall
8. Spoon – Skeið
9. Napkin – Munnþurrka
10. Tablecloth – Borðdúkur
11. Chef – Yfirkokkur
12. Cook – Kokkur
13. Appetizer – Forréttur
14. Main course – Aðalréttur
15. Side dish – Aukaréttur
16. Salt – Salt
17. Pepper – Pipar
18. Tip – Þjórfé
19. Steak – Steik
20. Dessert – Eftirréttur
21. Ketchup – Tómatsósa
22. Soup – Súpa
23. Check – Reikningur
24. Drink – Drykkur
25. Cup – Glas

At the Restaurant – Á veitingastaðnum

Stefan was nervous; he had his first date with the lovely Elsa and he had suggested a fancier restaurant than he was normally used to. He went online to try and brush up on his table manners, but it only made him more anxious. So he decided to just be as polite as possible.

They met at the restaurant and were seated immediately. Stefan said "thank you" to the waiter so many times that it made Elsa laugh. They both reached for the same water glass and brushed fingers. Stefan apologized and let her have the cup. Elsa drank nearly half the contents — was she nervous, too?

Luckily, the restaurant was so fancy that it had multiple sets of silverware per setting; just one knife, one fork, one spoon. The napkin was, however, folded up into an origami swan and the tablecloth was definitely linen, not paper.

The waiter came back and announced the special meal their chef had put together for the evening. Both Stefan and Elsa decided to try it as their main course, with a shared appetizer. Elsa had soup for her side dish; Stefan made her laugh again when he ordered french fries.

Their steak meals came out sizzling, and both Stefan and Elsa seasoned their meat with salt and pepper. Stefan admitted he liked to cook his own steak usually, but didn't mind letting someone else do it tonight. He happily ate ketchup with both his steak and his fries.

Stefan and Elsa decided to split a dessert before the waiter came back with the final check. After paying and leaving a nice tip, Stefan worked up the courage to ask Elsa out on another date. She paused for a few seconds, leaving him on the edge of his seat — and then said yes.

At the Restaurant – Á veitingastaðnum

Stefán var stressaður; hann var að fara á fyrsta stefnumótið við hini yndislegu Elsu og hann hafði stungið upp á fínni veitingastað en hann var vanur. Hann fór á netið til að reyna að dusta rykið af borðsiðum sínum, en það gerði hann bara enn kvíðnari. Þannig að hann ákvað að vera bara eins kurteis og hann gat.

Þau hittust á veitingastaðnum og var vísað strax til sætis. Stefán sagði „takk" svo oft við þjóninn að Elsa fór að hlæja. Þau teygðu sig bæði eftir sama vatnsglasinu og fingur þeirra snertust. Stefán baðst afsökunar og lét henni eftir glasið. Elsa drakk næstum hálft glasið – var hún stressuð líka?

Sem betur fer var veitingastaðurinn svo fínn að þar var lagt á borð mörg sett af silfurhnífapörum; bara einn hnífur, einn, gaffall, ein skeið. Munnþurrkan var samt sem áður brotin saman í órígamí svan og borðdúkurinn var alveg örugglega úr taui, ekki pappír.

Þjónninn kom aftur og tilkynnti sérstöku máltíðina sem yfirkokkurinn þeirra hafði undirbúið fyrir kvöldið. Stefán og Elsa ákváðu bæði að prófa hana sem sinn aðalrétt, ásamt forrétti sem þau skiptu á milli sín. Elsa fékk sér súpu sem aukarétt; Stefán lét hana aftur fara að hlæja þegar hann pantaði sér franskar kartöflur.

Steikarmáltíðir þeirra komu fram snarkandi og Stefán og Elsa krydduðu bæði kjötið sitt með salti og pipar. Stefán viðurkenndi að yfirleitt þætti honum best að elda steik sjálfur, en hefði ekkert á móti því að láta annan um það í kvöld. Hann borðaði glaður tómatsósu bæði með steikinni sinni og frönsku kartöflunum.

Stefán og Elsa ákváðu að skipta eftirréttinum á milli sín áður en þjónninn kæmi aftur með reikninginn. Eftir að hafa borgað og skilið eftir ríflegt þjórfé, safnaði Stefán kjarki til að spyrja Elsu hvort hún vildi koma á annað stefnumót. Hún hikaði í nokkrar sekúndur, og hann var að fara yfirum af spennu – en hún sagði að lokum já.

Icelandic Language: Texts in Icelandic

Icelandic Language: Texts in Icelandic

Shopping – Að kaupa inn

1. Supermarket – Stórmarkaður
2. Grocery – Matvörur
3. Sales – Útsölur
4. Credit card – Kredit kort
5. Cash – Reiðufé
6. Change – Skiptimynt
7. Department store - Stórverslun
8. Market – Markaður
9. Pharmacy – Apótek
10. Butcher's – Slátrari
11. Fishmonger – Fisksölumaður
12. Hardware store – Byggingarvöruverslun
13. Customer – Viðskiptavinur
14. Sales assistant – Afgreiðslumaður
15. Fitting room – Mátunarklefi
16. Bookstore – Bókabúð
17. Giftwrap – Pakka inn gjöf
18. Discount – Afsláttur
19. Price – Verð
20. Price tag – Verðmiði
21. Display – Til sýnis
22. Shoes – Skór
23. Clothes – Föt
24. Watches – Úr
25. Jewelry - Skartgripir

Shopping – Að kaupa inn

Johann had a lot to do one Friday. While his wife was at work he would need to do all the shopping they required, while keeping track of their two-year-old daughter and making sure she didn't get too bored or fussy.

After Eva left in the morning he gathered his cash, some change and slipped the family's one credit card into his wallet.

Upon arrival at the city's downtown shopping center, he parked the car, put his daughter in her stroller and prepared himself for a day of walking. He decided to go to the hardware store first, because he needed a few items for some home improvements. Johann passed a bookstore and noticed his favorite author would be releasing a new book soon. That was something to look forward to!

After the hardware store he decided to go to the city's large department store and get the clothes shopping for his daughter done. There were sales everywhere, price tags proclaiming new low prices, with a discount on shoes, watches and even jewelry — he made another mental note to pick up something for Eva for their anniversary and opt for the gift wrap done in-store. After choosing a few outfits for his daughter, Johann decided not to take her into a fitting room — his two-year-old hated changing outfits and would probably throw a tantrum. If the clothes didn't fit, he would just return them tomorrow. A sales assistant rang up his total and he felt like a loyal customer for spending so much there.

He had a few more errands, including the supermarket, to complete his grocery list and get their prescriptions from the pharmacy, and the open air market, so he could visit the fishmonger and butcher's stall for their fresh offerings — and then Johann would be all done.

Shopping – Að kaupa inn

Jóhann hafði mikið að gera einn föstudaginn. Hann þurfti að gera öll innkaup sem þau vantaði á meðan konan hans var í vinnunni, og á meðan þurfti hann að fylgjast með tveggja ára gamalli dóttur þeirra og gæta þess að henni leiddist ekki of mikið eða léti illa.

Þegar Eva var farin um morguninn tók hann saman reiðuféð sitt, einhverja skiptimynt og setti eina kredit kort fjölskyldunnar í veskið sitt.

Þegar hann kom að verslunarmiðstöðinni niður í bæ lagði hann bílnum, setti dóttur sína í kerruna sína og bjó sig undir að ganga í allan dag. Hann ákvað að fara fyrst í byggingarvöruverslunina, af því að hann vantaði nokkra hluti fyrir heimilisviðhaldið. Jóhann fór framhjá bókabúðinni og tók eftir að eftirlætishöfundurinn hans myndi gefa út nýja bók bráðum. Þar var eitthvað til að hlakka til!

Þegar hann var búinn í byggingarvöruversluninni ákvað hann að fara í stærstu stórverslun landsins og kaupa föt á dóttur sína. Það voru útsölur allsstaðar, verðmiðar þar sem stóð nýtt lægra verð, með afslætti á skóm, úrum og jafnvel skartgripum – hann skrifaði hjá sér í huganum að kaupa eitthvað handa Evu fyrir brúðkaupsafmælið þeirra og láta pakka gjöfinni inn í búðinni. Þegar hann hafði fundið nokkur föt handa dóttur sinni, ákvað Jóhann að fara ekki með hana í mátunarklefann – tveggja ára dóttir hans hataði að skipta um föt og myndi sennilega fá frekjukast. Ef fötin pössuðu ekki færi hann bara með þau daginn eftir til að skila þeim. Afgreiðslumaður reiknaði út heildarverðið og honum leið eins og tryggum viðskiptavini fyrir að eyða svona miklu þarna.

Hann þurfti að fara á nokkra aðra staði, þar á meðal stórmarkaðinn, til að klára að kaupa allt á innkaupalistanum og ná í lyfin þeirra í apótekið og á útimarkaðinn, svo hann gæti heimsótt fisksölumanninn og bás slátrarans til að fá það ferska sem þeir buðu uppá – og þá væri Jóhann búinn.

ICELANDIC LANGUAGE: TEXTS IN ICELANDIC

Travelling by plane – Að ferðast með flugvél

1. Airport – Flugvöllur
2. Ticket – Flugmiði
3. Boarding pass – Aðgöngumiði
4. Timetable – Tímatafla
5. Check-in – Innritun
6. Arrivals – Komur
7. Departures – Brottfarir
8. Passport – Vegabréf
9. Plane – Flugvél
10. Baggage – Farangur
11. Hand luggage – Handfarangur
12. Business class – Lúxus farrými
13. Economy class – 2. Farrými
14. Gate – Hlið
15. Pilot – Flugmaður
16. Cabin crew – Áhöfn
17. Steward – Flugþjónn
18. Stewardess – Flugfreyja
19. Captain – Aðalflugmaður
20. Window – Gluggi
21. Aisle – Gangur
22. Seat – Sæti
23. Seatbelt – Sætisbelti
24. Passenger – Farþegi
25. Runway – Flugbraut
26. Air stairs – Flugvélarstigi
27. Flight – Flug
28. Inflight entertainment – Skemmtun í flugi

Icelandic Language: Texts in Icelandic

Travelling by plane – Að ferðast með flugvél

Inga and Oskar were going on their first trip to America together. It was their first wedding anniversary and they were so excited to see a new country and spend quality time together.

Each had their ticket, passport and boarding pass in-hand as they entered the airport, and they immediately saw the arrivals and departures screens as they made their way to the check-in counter. Every flight today was on-time, a good sign.

As they were completing the check-in process, after they set their baggage on the conveyor belt that would hopefully ensure it arrived at their destination in New York City, with them, Inga mentioned they were traveling for their wedding anniversary. The woman at the counter congratulated them — and then bumped them up from economy class to business class!

Both Oskar and Inga felt like celebrities as they boarded into business class via the airstairs and a steward and stewardess greeted them with huge smiles, leading them down the aisle and taking their hand luggage for stowing overhead.

Once she was comfortably in her seat on-board the plane, Oskar, a good passenger, reminded his wife that according to his timetable, they would have to spend a few hours in the Boston airport before continuing to New York City. They would also have to make sure they were at the correct gate.

Oskar noticed that Inga wasn't even listening — she was looking out the window in amazement, as if the runway was her inflight entertainment. He fastened her seatbelt for her just as the flight captain came on the overhead and announced, "This is your pilot speaking. We're going to be taking off soon, but first — let's give a warm congratulations to Inga and Oskar, on their first wedding anniversary!" Everyone on-board applauded

Travelling by plane – Að ferðast með flugvél

Inga og Óskar voru að fara í sína fyrstu ferð saman til Ameríku. Þetta var fyrsta brúðkaupsafmælið þeirra og þau voru svo spennt að sjá nýtt land og eyða gæðatíma saman.

Hvort um sig hafði tiltækan flugmiðann, vegabréfið og aðgöngumiðann þegar þau komu inn á flugvöllinn og þau sáu strax komu – og brottfararskjáina þegar þau gengu að innrituninni. Allt flug dagsins var á áætlun, sem var góðs viti.

Þegar þau voru að ljúka við innritunina, eftir að hafa sett farangurinn þeirra á færibandið sem myndi vonandi tryggja að hann kæmi á áfangastað þeirra í New York borg með þeim, hafði Inga orð á því að þau væru á ferðalagi vegna brúðkaupsafmælisins síns. Konan í innrituninni óskaði þeim til hamingju – og færði þau síðan af öðru farrými yfir á lúxusfarrými!

Óskari og Ingu leið báðum eins og þau væru frægt fólk þegar þau fóru um borð inn á lúxusfarrými með flugvélarstiganum og flugþjónn og flugfreyja heilsuðu þeim með stórum brosum, vísuðu þeim leiðina niður ganginn og settu handfarangurinn þeirra í geymslu fyrir ofan sætin.

Þegar hún var búin að koma sér þægilega fyrir í sætinu í flugvélinni, minnti Óskar, sem er góður farþegi, konuna sína á að samkvæmt hans tímatöflu þyrftu þau vera nokkra klukkutíma á flugvellinum í Boston áður en þau gætu haldið áfram til New York borgar. Þau þyrftu líka að gá vel að því að þau væru við rétt hlið.

Óskar tók eftir því að Inga var ekki einu sinni að hlusta – hún var að horfa undrandi út um gluggann eins og flugbrautin væri skemmtunin hennar í fluginu. Hann festi sætisbeltið hennar fyrir hana í þann mund sem yfirflugmaðurinn kom í kallkerfið og tilkynnti, „Þetta er flugmaðurinn ykkar sem talar. Við munum fara í loftið bráðlega en áður en það gerist – skulum við óska Ingu og Óskari innilega til hamingju með fyrsta brúðkaupsafmælið sitt!" Allir um borð klöppuðu.

Travelling by Train – Að ferðast með lest

1. Railway station – Brautarstöð
2. Train station – Járnbrautarstöð
3. Ticket counter – Miðaafgreiðsla
4. Ticket – Miði
5. Platform – Pallur
6. Schedule – Áætlun
7. Carriage – Lestarvagn
8. Porter – Lestarþjónn
9. Compartment – Farangursgeymsla
10. Buffet car – Veitingavagn
11. Train driver – Lestarstjóri
12. Departure board – Brottfararskilti
13. First class – Fyrsta farrými
14. Second class – Annað farrými
15. Baggage – Farangur
16. Passenger – Farþegi
17. Destination – Áfangastaður
18. Tunnel – Göng
19. Express train – Hraðlest
20. Signal – Flauta

Icelandic Language: Texts in Icelandic

Travelling by Train – Að ferðast með lest

Gunnar decided to leave his hometown of Reykjavik behind and travel Continental Europe by train. Since there was no public train system in Iceland, he knew he would experience sights and sounds that were largely foreign to him. Upon arrival in France he immediately went to the Paris railway station, making his way to the ticket counter so he could purchase his first train station ticket.

He couldn't decide between a first class or second class ticket, but finally decided that, for his very first trip, he would pick the nicer, most expensive option. According to the schedule, displayed on a helpful departure board, there was a train leaving in just half an hour. He made his way to the platform, checked his baggage with a helpful porter and followed another porter whose job it was to show him his carriage car. He noted, once settled, that there were few compartment cars, thankfully; travel between cars was easy and nearly unrestricted.

At the signal whistle, the train began to lurch forward and Gunnar looked out his window, watching the sights of Paris fly by. They were an hour or so out of the capital city when he decided he was a hungry passenger, so he went to the buffet car for a small meal or snack.

He wondered what it was like to live the life of a train driver, always traveling. He also thought about how nice this train system would be in Iceland.

The train passed through its first tunnel, and Gunnar exclaimed, "Wow!" Some other diners in the car smiled at him and struck up a conversation, asking about his destination. Amazingly, they informed him this wasn't even an express train — there were some that went even faster.

Gunnar knew even if Icelanders couldn't have this experience in their own country, they should definitely travel to others where they could.

Travelling by Train – Að ferðast með lest

Gunnar ákvað að leggja heimabæ sinn Reykjavík að baki og ferðast í lest um meginland Evrópu. Þar sem það var ekkert almennings lestarkerfi á Íslandi þá vissi hann að hann myndi sjá hluti og heyra hljóð sem voru að stórum hluta ókunnug honum. Þegar hann kom til Frakklands fór hann strax á brautarstöðina í París, og fann leiðina að miðaafgreiðslunni svo hann gæti keypt sinn fyrsta lestarmiða.

Hann gat ekki ákveðið hvort hann ætti að kaupa miða á fyrsta eða annað farrými en ákvað loks, í sinni allrafyrstu ferð, að velja fínni, dýrari kostinn. Samkvæmt tímaáætluninni, sem sýnd var á hentugu brottfaraskilti, var lest að fara eftir aðeins hálftíma. Hann fann rétta brautarpallinn, skráði farangurinn sinn hjá hjálpfúsum lestarþjóni og elti svo annan lestarþjón sem hafði það starf að sýna honum hvar lestarvagninn hans væri. Hann tók eftir, þegar hann var sestur, að það voru fáir geymsluvagnar, sem betur fór; það yrði því auðvelt og hindrunarlítið að ferðast á milli vagna.

Þegar flautan flautaði, fór lestin að mjakast áfram og Gunnar horfði út um gluggann sinn þar sem útsýnið yfir París flaug framhjá. Þau voru búin að ferðast í um það bil klukkutíma út úr höfuðborginni þegar hann ákvað að hann væri svangur ferðalangur þannig að hann fór í veitingavagninn til að fá sér litla máltíð eða snarl.

Hann velti fyrir sér hvernig væri að lifa lífi lestarstjórans, alltaf á ferðinni. Hann hugsaði líka með sér hversu indælt það væri að hafa lestarkerfi sem þetta á Íslandi.

Lestin fór í gegnum fyrstu göngin og Gunnar hrópaði upp yfir sig, „Vá!" Sumir aðrir sem voru að borða í vagninum brostu til hans og fóru að tala við hann og spurðu um áfangastað hans. Honum til undrunar upplýstu þeir hann um það að þetta væri alls ekki hraðlest – það væru til lestir sem færu jafnvel hraðar.

Gunnar vissi að jafnvel þó að Íslendingar gætu ekki upplifað þetta í þeirra landi, ættu þeir örugglega að ferðast til annarra landa þar sem þeir gætu það.

ICELANDIC LANGUAGE: TEXTS IN ICELANDIC

Traveling by Bus and Car – Að ferðast með strætó og bíl

1. Coach – Strætó
2. Driver – Ökumaður
3. Conductor – Miðavörður
4. Steering wheel – Stýri
5. Passenger – Farþegi
6. Seatbelt – Sætisbelti
7. Trunk – Skott
8. Gas station – Bensínstöð
9. Engine – Vél
10. GPS navigator – GPS tæki
11. Air conditioning – Loftkæling
12. Tire – Dekk
13. Baggage – Farangur
14. Route – Leið
15. Speedometer – Hraðamælir
16. Driver's license – Ökuskírteini
17. Bus station – Strætóstoppistöð

Icelandic Language: Texts in Icelandic

Traveling by Bus and Car – Að ferðast með strætó og bíl

Sandra had to travel to another city for work, so she decided to take the bus. However, her husband was feeling ill so she asked her son to drive her to the bus station. He was a new driver, and had just received his driver's license a few weeks ago, but she trusted him.

Sveinn was a slightly little nervous driver, but it was a route they had driven many times while he was learning. He went to the gas station by himself to get some fuel and then came back to pick up his mom, who loaded her baggage into the trunk.

She was a proud passenger as he turned on the engine, buckled his seatbelt and positioned his hands on the steering wheel at the correct angles. He informed her that the front right tire had been a little flat, but he had put air in it at the gas station. When Sandra asked if he needed the GPS navigator Sveinn shook his head "no."

It was a warm summer day, so Sandra turned on the air conditioning; she thought perhaps having the windows open would be too loud and distracting for her son. He kept his eyes on the road and the speedometer, just as he was supposed to.

Within 20 minutes, the bus station came into view. Sveinn asked if this was the kind of bus that had a conductor; Sandra laughed and responded that she was fairly certain those had faded out of practice except in England. There would, however, be a capable driver, just as he had been. She gave him a big hug, grabbed her luggage from the trunk and stepped onto the motor coach to begin the next portion of her work journey.

Traveling by Bus and Car – Að ferðast með strætó og bíl

Sandra þurfti að ferðast til annars bæjar til að stunda vinnu þannig að hún ákvað að taka strætó. En vegna þess að maðurinn hennar var lasinn bað hún son sinn að keyra sig á strætóstoppistöðina. Hann var nýr í umferðinni og hafði aðeins fengið ökuskírteinið sitt fyrir nokkrum vikum, en hún treysti honum.

Sveinn var örlítið stressaður bílstjóri en þetta var leið sem þau höfðu oft ekið þegar hann var að læra á bíl. Hann fór einn á bensínstöðina til að fá eldsneyti og fór svo til baka til að sækja móður sína, sem setti farangurinn sinn í skottið.

Hún var stoltur farþegi þegar hann setti vélina í gang, setti á sig sætisbeltið og setti hendurnar á réttan hátt á stýrið. Hann sagði henni að hægra framdekkið hefði verið aðeins loftlaust, en hann hefði sett loft í það á bensínstöðinni. Þegar Sandra spurði hvort hann þyrfti GPS tækið hristi Sveinn höfuðið „nei."

Þetta var hlýr sumardagur þannig að Sandra kveikti á loftkælingunni; hún hélt að kannski myndi það trufla son hennar að opna gluggana og hleypa inn hávaða. Hann hafði augun á veginum og á hraðamælinum, eins og hann átti að gera.

Innan 20 mínútna kom strætóstoppistöðin í ljós. Sveinn spurði hvort þetta væri strætó sem hefði miðavörð; Sandra hló og svaraði að hún væri nokkuð viss um að þeir hefðu horfið smátt og smátt nema á Englandi. Það yrði hinsvegar hæfur ökumaður, eins og hann hefði verið sjálfur. Hún faðmaði hann fast, greip farangurinn sinn úr skottinu og steig inn í strætisvagninn svo að næsti hluti ferðalags hennar vegna vinnu gæti hafist.

At the Hotel – Á hótelinu

1. Reception – Móttaka
2. Guest room – Herbergi fyrir gesti
3. Concierge – Húsvörður
4. Bell boy – Vikapiltur
5. Housekeeping – Ræsting
6. Room service – Herbergisþjónusta
7. Lobby – Anddyri
8. Restaurant – Veitingastaður
9. Minibar – Míníbar
10. Safety deposit box – Öryggisgeymsla fyrir verðmæti
11. Tip – Þjórfé
12. Bathrobe – Baðsloppur
13. Hair dryer – Hárþurrka
14. Bath – Baðherbergi
15. Floor – Hæð
16. Elevator – Lyfta
17. Air conditioning – Loftkæling
18. Bed – Rúm
19. Luggage – Farangur
20. Check-in – Innritun
21. Suite – Svíta
22. Breakfast – Morgunverður
23. Gym – Líkamsrækt
24. Hotel guest – Hótelgestur
25. Coffee maker – Kaffivél

Icelandic Language: Texts in Icelandic

At the Hotel – Á hótelinu

For her 25th birthday, Maria's two friends Iris and Edda were taking her to a nice hotel in the heart of Reykjavik for a spa and sleepover party. She had not stayed in a hotel in many years, so Maria was quite thrilled for the opportunity.

When the group arrived at the entrance they went right to the reception area, where the check-in staff gave them the keys for a beautiful guest room — more like a suite, really — on the ninth floor. In the elevator the women chatted as the bell boy held onto their luggage. They followed him down a hallway and admired the beautiful design of the room. Maria made sure to tip the young man well, as he had carried three suitcases at once.

The room had all of the typical amenities, like air conditioning, a coffee maker, a safety deposit box and a hair dryer, but it also had a fully-stocked minibar, vases of fresh flowers and an enormous bath tub that came with many salts.

The women decided to visit the spa first, getting manicures, pedicures and massages; then they returned to their room to get ready for dinner. They went to the lobby to ask the concierge about the best place to eat; he informed them that the hotel's own restaurant was one of the finest in the city, so they took his advice.

After dinner each woman put on a luxurious, complimentary bathrobe and they ordered room service dessert to eat in bed while watching movies.

The next morning, Maria decided to take advantage of the on-site gym, then woke her friends so that they could get ready to leave before housekeeping came. The trio had breakfast in the hotel restaurant and Maria knew she wanted to be a hotel guest again soon.

At the Hotel – Á hótelinu

Á 25 ára afmælisdegi Maríu voru tvær vinkonur hennar, Íris og Edda að fara með hana á flott hótel í hjarta Reykjavíkur, á snyrtistofu og náttfatapartí. Hún hafði ekki dvalið á hótelinu í mörg ár þannig að María var hæstánægð með að hafa tækifæri til þess.

Þegar hópurinn kom að innganginum fóru þær beint inn á móttökusvæðið þar sem innritunar starfsfólkið lét þær hafa lyklana að fallega herberginu ætlað fyrir gesti – meira líkt svítu í rauninni – á níundu hæð. Konurnar spjölluðu saman í lyftunni meðan vikapilturinn hélt á farangrinum þeirra. Þær eltu hann inn gang og dáðust að því hvað herbergið var fallega hannað. María lét vikapiltinn hafa ríflegt þjórfé þar sem hann hafði borið allar töskurnar þrjár í einu.

Herbergið hafði öll hefðbundin þægindi, svo sem loftkælingu, kaffivél, öryggishólf fyrir verðmæti og hárþurrku, en einnig fullan mínibar, vasa með nýjum blómum í þeim og risastórt baðker sem á voru margar tegundir af baðsöltum.

Konurnar ákváðu að fara fyrst á snyrtistofuna, fá handsnyrtingu, fótsnyrtingu og nudd; eftir það fóru þær aftur á herbergið til að gera sig klárar fyrir kvöldverðinn. Þær fóru niður í anddyrið til að spyrja húsvörðinn um besta staðinn til að borða á; hann sagði þeim að veitingastaður hótelsins væri einn sá fínasti í borginni, þannig að þær fóru að ráðum hans.

Eftir kvöldverðinn fór hver þeirra í lúxus, ókeypis baðslopp og þær pöntuðu eftirrétt í herbergisþjónustu til að borða í rúminu meðan þær horfðu á bíómyndir.

Morguninn eftir ákvað María að nota sér líkamsræktina sem var á staðnum, fór síðan og vakti vinkonur sínar svo þær gætu gert sig klárar til að fara áður en væri byrjað að ræsta herbergið. Tríóið fékk sér morgunverð á veitingastað hótelsins og María var viss um að hana langaði að vera hótelgestur aftur fljótlega.

Icelandic Language: Texts in Icelandic

Communication – Samskipti

1. Internet – Net
2. Laptop – Fartölva
3. Phone – Sími
4. Cell phone – Farsími
5. Smartphone – Snjallsími
6. Tablet – Spjaldtölva
7. PC – Tölva
8. Printer – Prentari
9. Scanner – Skanni
10. Fax – Fax
11. Modem – Mótald
12. Screen – Skjár
13. VCR – Myndbandstæki
14. Keyboard – Lyklaborð
15. Email – Tölvupóstur
16. Sender – Sendandi
17. Recipient – Viðtakandi
18. Attachment – Viðhengi
19. Photocopier – Ljósritunarvél
20. Videoconference – Sjónvarpsfundur

Communication – Samskipti

Atli sat at his desk, working on a project for his firm, and as he picked up his smartphone to text his daughter, who was away at college, it occurred to him how far technology in Iceland — and the world — had advanced.

At just his desk, in his own office, he had a laptop with an Internet connection, a phone to reach coworkers and employees at their desks, a four-in-one fax machine/printer/scanner and photocopier and a desktop PC. They had webcams to videoconference with offices in Hong Kong or New York. It was incredible, and Iceland had always been quick to pick up new advances. He could still remember when they first installed a modem, the enormous computers they used with the big, clunky screens and how slow the Internet connection was.

At home he had a cell phone and tablet for each member of the family, a wireless keyboard and numerous televisions. He chuckled as he remembered their old VCR, and how his kids would keep a tape inside, just in case a show came on that they wanted to record.

His PC made a little noise, which drew his attention. He could see via the sender line that it was his daughter, who had opted to email him instead of responding by text. Her name for him under recipient was "Pabbi," and there was an attachment. With interest he opened it and saw that she had sent a video of her solo in the college choir; it was magnificent. He felt so proud of her and all she was accomplishing at school, and even if at times technology isolated people, at moments like these it was the only thing that kept him close to family who lived far away.

Communication – Samskipti

Atli sat við skrifborðið sitt og vann að verkefni fyrir fyrirtækið sitt, og þegar hann tók upp snjallsímann sinn til að senda dóttur sinni, sem var í burtu í háskóla, skilaboð hvarflaði það að honum hversu langt tækni á Íslandi – og um allan heim – væri komin.

Bara við skrifborðið hans, á hans eigin skrifstofu, var hann með nettengda fartölvu, síma til að ná í vinnufélaga og starfsmenn við skrifborðið þeirra, tæki sem var allt í senn fax/prentari/skanni og ljósritunarvél og svo borðtölvu. Þær höfðu vefmyndavélar fyrir sjónvarpsfundi við skrifstofurnar í Hong Kong eða New York. Það var alveg ótrúlegt og Ísland hafði alltaf verið fljótt að tileinka sér nýjungar. Hann man ennþá þegar þau tengdu fyrsta mótaldið, hversu risastórar tölvurnar voru með stórum, klunnalegum skjám og hversu hæg nettengingin var.

Heima var farsími og spjaldtölva fyrir hvern fjölskyldumeðlim, þráðlaust lyklaborð og mörg sjónvörp. Hann hló með sjálfum sér þegar hann rifjaði upp gamla myndbandstækið þeirra, og hvernig krakkarnir hans voru vön að geyma spólu inn í því ef ske kynni að það kæmi þáttur sem þau vildu taka upp.

Það heyrðist hljóð úr tölvunni hans sem vakti athygli hans. Hann sá að þetta var frá tölvupóstur frá dóttur hans, sem hafði kosið frekar að senda honum tölvupóst í staðinn fyrir að svara skilaboðunum. Nafn hennar yfir hann sem var í viðtakendalínunni var „Pabbi," og það fylgdi viðhengi. Hann opnaði það áhugasamur og sá að hún hafði sent vídeó af sólóinu hennar í háskólakórnum; það var stórkostlegt. Hann var svo stoltur af henni og öllu því sem hún áorkar í skólanum, og jafnvel þó að tæknin einangraði fólk stundum, þá var það á stundum sem þessum að tæknin var það eina sem hélt honum í sambandi við fjölskyldumeðlimi sem bjuggu langt í burtu.

At the Doctor's – Hjá lækninum

1. Insurance – Trygging
2. Clinic – Heilsugæslustöð
3. Patient – Sjúklingur
4. Physician – Læknir
5. Doctor – Læknir
6. Dentist – Tannlæknir
7. Surgeon – Skurðlæknir
8. Nurse – Hjúkrunarkona
9. Optician – Augnlæknir
10. Infection – Sýking
11. Prescription – Lyfseðill
12. Pill – Tafla
13. Medicine – Lyf
14. Painkiller – Verkjalyf
15. Plaster – Gifs
16. Antiseptic – Sótthreinsandi
17. Cold/flu – Kvef/flensa
18. Bandage – Grisja, plástur
19. Allergy – Ofnæmi
20. Fracture – Sprunga í beini
21. Bruise – Mar
22. Burn – Bruni
23. Syringe – Sprauta

At the Doctor's – Hjá lækninum

Soffia started to feel ill one Monday as she drove home from work. By that night she was terribly congested, running a fever and had chills and body aches, so she took some cold/flu medicine, hoping that the painkiller would help. By the morning she thought she might need to go to the emergency room because her fever had spiked to 104.5. Her boyfriend Arnar asked if she wanted to go to a clinic; Soffia shook her head and insisted on the ER.

In triage, though Soffia saw a patient with a bone fracture who might need a surgeon, someone with a severe burn, which they had tried to bind with bandage, and a man who had a vividly purple bruise. As they waited Arnar tried to keep Soffia distracted by telling her funny stories about his last trips to the dentist and optician.

Finally a nurse called Soffia's name and took her back into an examination room. She took her blood pressure, wiped her arm with antiseptic to take a blood sample and asked about her medical history, if she knew of an allergy. Then the nurse told her the doctor would be in to see her shortly.

The physician was young and friendly, but looked concerned. He told her she had a very severe case of pneumonia and would need to be hospitalized for a day or two.

Soffia was shocked — she had thought the doctor would simply write her a prescription for a magical pill that would make the sickness go away. He said she also had a nasal infection. She was taken upstairs to a hospital bed and hooked up to a syringe that kept her hydrated. If nothing else, Soffia felt lucky that Iceland had a national healthcare system, and she didn't need to worry about health insurance.

At the Doctor's – Hjá lækninum

Soffíu fór að líða illa einn mánudag þegar hún var að aka heim úr vinnunni. Um kvöldið var hún hræðilega stífluð, með hita og með hroll og beinverki, þannig að hún tók inn kvef/flensu lyf í þeirri von að verkjalyfin myndu hjálpa til. Um morguninn daginn eftir hélt hún að hún þyrfti að fara á bráðamóttökuna vegna þess að hitinn í henni hafði rokið upp í rúmlega 40 stig. Arnar kærastinn hennar spurði hana hvort hún vildi fara á heilsugæslustöðina; Soffía hristi höfuðið og heimtaði að fara á bráðamóttökuna.

Á bráðamóttökunni sá Soffía sjúkling með sprungu í beini sem gæti þurft á skurðlækni að halda, einhvern sem hafði brunnið illa, sem sá hinn sami hafði reynt að binda um með grisju, og mann sem hafði skærfjólublátt mar. Arnar reyndi að hafa ofan af fyrir Soffíu á meðan þau biðu með því að segja henni fyndnar sögur af síðustu ferð sinni til tannlæknisins og augnlæknis.

Hjúkrunarkona kallaði loksins upp nafn Soffíu og fór með hana á bakvið inn í skoðunarherbergi. Hún tók blóðþrýsting hennar, sótthreinsaði part af handleggnum hennar til að geta tekið blóðprufu og spurði hana út í sjúkrasögu hennar, hvort hún vissi af einhverju ofnæmi. Síðan sagði hjúkrunarkonan henni að læknir myndi líta á hana bráðlega.

Læknirinn var ungur og vingjarnlegur en leit út fyrir að vera áhyggjufullur. Hann sagði að hún hefði mjög slæma lungnabólgu og þyrfti að leggjast inn á spítalann í einn til tvo daga.

Soffía var mjög undrandi – hún hafði haldið að læknirinn skrifaði einfaldlega upp á einhverja undratöflu sem myndi láta veikindin heyra sögunni til. Hann sagði að hún hefði einnig sýkingu í nefinu. Það var farið með hana upp í sjúkrarúm og sprauta sett í æð til þess að hún fengi vökva. Þrátt fyrir allt, fannst Soffíu hún heppin að Ísland hafði eitt heilbrigðiskerfi fyrir allt landið og hún þurfti ekki að hafa áhyggjur af heilsutryggingu.

At the Movies – Í bíóinu

1. Ticket – Miði
2. Popcorn – Poppkorn
3. Film – Bíómynd
4. Screen – Bíótjald
5. Movie hall – Bíó
6. Ticket counter – Miðaafgreiðsla
7. Poster – Plakat
8. Stalls – Básar
9. Projector – Sýningarvél
10. Trailer – Stikla
11. Subtitles – Texti
12. Blockbuster – Stórmynd
13. Comedy – Gamanmynd
14. Drama – Dramamynd
15. Detective film – Spæjaramynd
16. Sci-fi movie – Vísindaskáldsögumynd
17. Thriller – Sálfræðitryllir
18. 3D glasses – Þrívíddargleraugu
19. Opening night – Frumsýning
20. Cinema-goer – Bíógestur
21. Usher – Sætavísir
22. Showing – Í sýningu

At the Movies – Í bíóinu

Dagney and Daniel had been looking forward to their date night, away from the kids, for weeks. They decided to go the movies, but couldn't decide between the cutting edge Smarabio theater or a smaller movie hall that showed classics from around the world, usually with subtitles. Dagney really wanted to see the newest sci-fi movie, while Daniel thought a comedy might be better. In the end, they compromised with a futuristic detective film that had elements of comedy in it, playing at the Smarabio.

After the babysitter arrived, Dagney and Daniel headed to the cinema and were surprised to find it very busy. As it happened, it was opening night for a huge blockbuster from America, the kind that required 3D glasses. They approached the ticket counter, purchased a ticket for each of them and walked past a huge poster for a sappy drama on their way to the concessions. Dagney had to have popcorn, while Daniel liked candy. Being a sneaky cinema-goer, Daniel had also tucked some candy into his coat pockets before leaving home.

The film they were seeing had been out for weeks, so their showing drew a small crowd and was shown on a screen far to one side of the theater. During one trailer, a thriller, the projector seemed to go out of focus; people turned to look at the stalls in the back where the projector was located and began to yell. An usher rushed in and assured everyone they were experiencing minor difficulties that would be fixed very soon.

The technical issues did not bother Dagney and Daniel, though — anything that prolonged their alone time together was okay by them!

At the Movies – Í bíóinu

Dagný og Daníel höfðu hlakkað til stefnumótakvöldsins síns, án krakkanna, í margar vikur. Þau ákváðu að fara í bíó en gátu ekki valið á milli hins nýtískulega Smárabíós eða minna bíói sem sýndi klassískar myndir frá öllum heimshornum, venjulega textaðar. Dagný langaði mjög til að sjá nýjustu vísindaskáldsögumyndina en Daníel leist betur á gamanmynd. Að lokum gerðu þau málamiðlun með því að fara að sjá spæjaramynd sem gerist í framtíðinni sem einnig var með gamansömu ívafi sem var í sýningu í Smárabíói.

Þegar barnapían var komin, lögðu Dagný og Daníel af stað í bíóið og það kom þeim á óvart að það var margt fólk á staðnum. Það vildi þannig til að það var frumsýningarkvöld stórmyndar frá Ameríku, sýning sem krafðist þrívíddargleraugna. Þau nálguðust miðaafgreiðsluna, keyptu sinn hvorn miðann og gengu framhjá risastóru plakati sem auglýsti tilgerðarlega dramamynd þegar þau voru á leiðinni að sjoppunni. Dagný varð að fá popp en Daníel vildi frekar nammi. Daníel var lúmskur bíógestur og hafði laumað nammi í úlpuvasann áður en þau fóru að heiman.

Myndin sem þau ætluðu að sjá hafði verið í sýningu í margar vikur þannig að það voru fáir í salnum og var sýnd á tjaldi, lengst í öðrum enda bíósins. Á meðan á einni stiklunni stóð, sem var fyrir sálfræðitrylli, var eins og sýningarvélin færi úr fókus; fólk sneri sér við til þess að horfa á básana bakatil þar sem sýningarvélin var staðsett og byrjaði að kalla. Sætisvísir hraðaði sér inn og fullvissaði alla um að það væru aðeins minniháttar tæknileg vandamál sem yrðu lagfærð mjög fljótt.

Tæknilegu vandamálin öngruðu ekki Dagný og Daníel samt – allt sem lengdi tíma þeirratveggja saman var í fínu lagi þeirra vegna!

Icelandic Language: Texts in Icelandic

The Weather – Veðrið

1. Weather forecast – Veðurspá
2. Snow – Snjór
3. Frost – Frost
4. Snowfall – Snjókoma
5. Rain – Rigning
6. Cloud – Ský
7. Sun – Sól
8. Thundercloud – Þrumuský
9. Thunderstorm – Þrumuveður
10. Storm – Stormur
11. Heatwave – Hitabylgja
12. Hurricane – Fellibylur
13. Fog – Þoka
14. Hail – Haglél
15. Wind – Vindur
16. Shower – Skúrir
17. Smog – Mengun
18. Slush – Slabb
19. Drizzle – Súld
20. Temperature – Hitastig
21. Degrees – Gráður
22. Lightning – Elding

The Weather – Veðrið

Amy was visiting Reykjavik from her home state of South Carolina in the United States, and it was her first trip. She was staying with friends in the city, but they had planned many excursions in order to take advantage of the beautiful natural surroundings of Iceland. Because it was June, her friends assured her that she would not need to prepare for snow, frost or slush, but she wasn't so sure; Amy had heard that the weather in Reykjavik was very unpredictable.

She packed one pair of boots just in case of random snowfall, but otherwise expected moderate temperatures, along with a mix of rain, sun, wind and perhaps a thunderstorm.

On her first day, it was a beautiful 11.7 degrees Celsius, or 53 degrees Fahrenheit. She had to laugh as they walked around the city — this was a chillier temperature for her, but everyone in Reykjavik was wearing shorts and short-sleeves. She did some shopping and when she emerged from a restaurant it began to drizzle, before turning to a solid shower of rain. It had felt, since morning, as though a cloud hung over the sky, threatening a storm, and the weather forecast had even called for a thundercloud with lightning.

The next day it cleared up, though there was fog in the morning. Amy wondered if they got smog, but thought perhaps not — Iceland seemed too clean for such a thing! It also seemed a relief to her that they did not have to worry about a destructive hurricane, either.

She asked her friends what a heatwave in Iceland was like; they indicated that temperatures in the 70s would feel hot. Then she asked about hail, and her friends nodded, yes, that could happen. But, they added, probably not during her visit.

The Weather – Veðrið

Amy var að koma frá heimafylki sínu Suður Karólínu í Bandaríkjunum til að heimsækja Reykjavík og þetta var fyrsta ferðin hennar. Hún dvaldi hjá vinum sínum í borginni en þau höfðu planað margar dagsferðir til þess að njóta fallegu náttúrunnar sem Ísland hafði upp á að bjóða. Það var júní og þess vegna voru vinir hennar vissir um að hún þyrfti ekki að útbúa sig fyrir snjó, frost eða slabb, en hún var ekki alveg sannfærð; Amy hafði heyrt að veðrið í Reykjavík gæti verið mjög óútreiknanlegt.

Hún pakkaði niður einu pari af stígvélum til vonar og vara ef það kæmi snjókoma, en að öðru leyti bjóst hún við hæfilegu hitastigi, ásamt blandi af rigningu, sól, vindi og kannski þrumuveðri.

Fyrsta daginn hennar voru frábærar 11.7 gráður á Celsíus eða 53 gráður á Farenheit. Hún varð að hlæja þegar þau gengu um borgina – það var svalara hitastig en hún átti að venjast, en allir í Reykjavík voru í stuttbuxum og stuttermabolum. Hún fór í nokkrar búðir og þegar hún kom út af veitingastað byrjaði að súlda og breyttist svo í skúrir. Síðan í morgun hafði virst eins og ský héngu á himninum, sem boðuðu storm og veðurspáin hafði jafnvel sagt frá þrumuskýi og eldingum.

Næsta dag létti til en þó var þoka um morguninn. Amy velti fyrir sér hvort það væri mengun en þó sennilegast ekki – Ísland virtist alltof hreint fyrir slíkt! Það var líka léttir fyrir hana að þau þurftu ekki að hafa áhyggjur af eyðileggjandi fellibyl heldur.

Hún spurði vini sína hvernig hitabylgja á Íslandi væri; þeir sögðu að hitastig yfir 70 stig Farenheit (20 stig Celsíus) væri heitt hjá þeim. Síðan spurði hún út í haglél og vinir hennar kinkuðu kolli, já það gæti gerst. En bættu þó við að það yrði sennilega ekki á meðan á dvöl hennar stæði.

Icelandic Language: Texts in Icelandic

Government – Stjórnarfar

1. President – Forseti
2. Vice president – Varaforseti
3. Parliament – Alþingi
4. Senator – Öldungadeildarþingmaður
5. Prime Minister – Forsætisráðherra
6. King – Kóngur
7. Queen – Drottning
8. Election – Kosningar
9. Tax – Skattur
10. Representative – Fulltrúi
11. Act/Law – Lög
12. Cabinet – Ríkisstjórn
13. Minister – Ráðherra
14. Speaker – Ræðumaður
15. Democracy – Lýðræði
16. Monarchy – Einræði
17. Electorate – Kjósendur
18. Voter – Kjósandi
19. Political Party – Stjórnmálaflokkur
20. Supporter – Stuðningsmaður
21. Upper House – Eldri deild löggjafarþings
22. Chamber – Þingsalur
23. Congress – Löggjafarþing
24. Senate – Öldungadeild
25. House speaker – Forseti þingdeildar
26. House – Þingdeild

Government – Stjórnarfar

Karl worked as a member of the Icelandic government and he was to help prepare the stays of two foreign diplomats: one from the United States and one from Great Britain. In order to receive them properly, he decided to brush up on his knowledge of their countries' governments.

He knew that in the United States there was a President and Vice President, who were chosen by an election every four years. They both came from one political party. The United States was well known throughout the world as a major supporter of democracy, and to ensure that each voice was heard, the people's wishes were put into law by members of Congress, who each served as a representative of their home state. Congress was split into two parts: the Senate and the House of Representatives, and within the House was the House Speaker. A senator, however, had slightly more distinction than a House member. The more Karl read about the United States government, the more he saw how their tax laws differed from Iceland's.

In contrast, Great Britain had a long history of monarchy, with a king and a queen, but now it was the Prime Minister who acted as head of government, with input from the Parliament. The House of Lords represented the Upper House, while the House of Commons the Lower.

Both systems recognized the importance of a cabinet, filled with members who showed good character, judgment and morals. They might argue in a private chamber, but ultimately favored a united front for the public, or else risk the good will of their electorate.

It seemed to Karl, after learning about these systems, that no matter where you lived in the world, no government was perfect and there was always room for improvement, even in Iceland

Government – Stjórnarfar

Karl var í vinnu sinni hluti af íslensku stjórnarfari og hann var að hjálpa til við að undirbúa dvöl tveggja stjórnarerindreka: annar frá Bandaríkjunum og hinn frá Bretlandi. Til þess að taka almennilega á móti þeim, ákvað hann að rifja upp kunnáttu sína á stjórnarfari landa þeirra.

Hann vissi að í Bandaríkjunum var forseti og varaforseti, sem voru kosnir í kosningum á fjögurra ára fresti. Þeir komu báðir frá einum stjórnmálaflokki. Bandaríkin voru þekkt um allan heim þar sem ríkti mikill stuðningur við lýðræði og til að tryggja að allar raddir heyrðust, voru óskir fólksins festar í lög af meðlimum löggjafarþings, sem hver um sig voru fulltrúar síns heimafylkis. Löggjafarþingi var skipt í tvo hluta: öldungadeild og fulltrúadeild og í fulltrúadeildinni var forseti þingdeildarinnar. Öldungadeildarþingmaður hefur samt aðeins meiri sérstöðu heldur en meðlimur þingdeildar. Því meira sem Karl las um stjórnarfar Bandaríkjanna, því betur sá hann hversu ólík skattalögin þar voru þeim á Íslandi.

Ólíkt Bandaríkjunum var Bretland sem átti langa sögu um einræði, með kóng og drottingu, en núna var það forsætisráðherrann sem var í forsvari fyrir stjórnarfarið, með inntaki frá löggjafarþinginu. Lávarðardeildin var fulltrúi eldri deildar löggjafarþings meðan neðri málstofa var fulltrúi yngri deildar löggjafarþingsins.

Í báðum kerfum var mikilvægt að hafa þingsal, fullan af þingmönnum sem sýndu góða framkomu, dómgreind og siðferði. Þeir gætu rifist í einstaka málum en að lokum voru þeir sammála um að hafa sameiginlega hlið sem almenningi var sýnd ella stefna góðvilja kjósenda gagnvart sér í hættu.

Karl ályktaði, eftir að hafa lesið um þessi kerfi, að það skipti ekki máli hvar í heiminum þú bjóst, ekkert stjórnarfar var fullkomið og það var alltaf hægt að gera betur, jafnvel á Íslandi.

Printed in Great Britain
by Amazon